ਦੁਬਾਰਾ ਨਹੀਂ, ਰੈੱਡ ਰਾਈਡਿੰਗ ਹੁੱਡ!

Not Again, Red Riding Hood!

Kate Clynes & Louise Daykin

Panjabi translation by Pratima Dave

mantra lingua

ਉਸ ਭੈੜੇ ਬਘਿਆੜ ਨਾਲ ਵਾਹ ਪੈਣ ਮਗਰੋਂ ਰੈੱਡ ਰਾਈਡਿੰਗ ਹੁੱਡ ਆਪਣੀ ਗਾਰਡਨ ਵਿਚ ਖੇਡ ਰਹੀ ਸੀ।

"ਰੈੱਡ ਰਾਈਡਿੰਗ ਹੁੱਡ, " ਉਹਦੀ ਮਾਂ ਨੇ ਆਵਾਜ਼ ਦਿੱਤੀ, "ਮੈਂ ਬਿਸਕੁਟ ਬਣਾਏ ਹਨ, ਅਤੇ ਇਕ ਬਿਸਕੁਟ ਲੈ ਲੈ। ਕੁਝ ਡੈਡ ਲਈ ਵੀ ਕਿਉਂ ਨਹੀਂ ਲੈ ਜਾਂਦੀ?" ਰੈੱਡ ਰਾਈਡਿੰਗ ਹੁੱਡ ਹਾਲੇ ਵੀ ਜੰਗਲ ਵਿਚ ਜਾਣੋਂ ਘਬਰਾਉਂਦੀ ਸੀ। ਪਰ ਮਾਂ ਨੂੰ ਉਹਦੀ ਮਦਦ ਦੀ ਲੋੜ ਸੀ, ਅਤੇ ਪਿਤਾ ਨੂੰ ਬਿਸਕੁਟ ਬਹੁਤ ਪਸੰਦ ਸਨ। ਇਸ ਲਈ ਉਹ ਜਾਣ ਲਈ ਮੰਨ ਗਈ।

Red Riding Hood was playing in the garden after her terrible ordeal with that nasty wolf.
"Red Riding Hood," called her Mum, "I've made cookies, come and get one. Why not take some to Dad?"
Now Red Riding Hood still felt a bit nervous about going into the wood. But Mum needed her help, and Dad loved his cookies. So, she agreed to go.

Her Mum counted ten freshly made cookies into a basket. 2, 4, 6, 8, 10.
Red Riding Hood gave her Mum a big hug and off she went.

ਉਹਦੀ ਮਾਂ ਨੇ ਤਾਜ਼ੇ ਬਣਾਏ 10 ਬਿਸਕੁਟ ਗਿਣ ਕੇ ਟੋਕਰੀ ਵਿਚ ਪਾਏ।
2, 4, 6, 8, 10 ।
ਮਾਂ ਨੂੰ ਘੁੱਟ ਕੇ ਜੱਫੀ ਪਾਉਣ ਮਗਰੋਂ ਰੈੱਡ ਰਾਈਡਿੰਗ ਹੁੱਡ ਚਲ ਪਈ।

ਉਹ ਹਾਲੇ ਜ਼ਿਆਦਾ ਦੂਰ ਨਹੀਂ ਗਈ ਸੀ ਜਦ ਉਹਨੇ ਹਲਕੀ ਜਿਹੀ ਆਵਾਜ਼ ਸੁਣੀ: "ਰੈੱਡ ਰਾਈਡਿੰਗ ਹੁੱਡ,
ਰੈੱਡ ਰਾਈਡਿੰਗ ਹੁੱਡ, ਕੀ ਤੇਰੇ ਕੋਲ ਕੋਈ ਖਾਣ ਵਾਲੀ ਚੀਜ਼ ਹੈ? ਮੈਂ ਬਹੁਤ ਦੇਰ ਤੋਂ ਇਸ ਬੁਰਜ ਵਿਚ ਕੈਦ ਹਾਂ
ਅਤੇ ਮੈਨੂੰ ਅੱਤ ਦੀ ਭੁੱਖ ਲੱਗੀ ਹੋਈ ਹੈ।"
"ਆਪਣੀ ਟੋਕਰੀ ਹੇਠਾਂ ਲਟਕਾ ਦੇ," ਰੈੱਡ ਰਾਈਡਿੰਗ ਹੁੱਡ ਨੇ ਕਿਹਾ, "ਮੇਰੇ ਕੋਲ ਤੇਰੇ ਲਈ ਤਾਜ਼ਾ ਬਣਿਆ
ਇਕ ਬਹੁਤ ਸਵਾਦੀ ਬਿਸਕੁਟ ਹੈ।"

She hadn't gone far when she heard a small voice: "Red Riding Hood, Red Riding Hood,
have you any food? I've been stuck up in this tower for ages and I'm starving."
"Send down your basket," said Red Riding Hood. "I have a delicious, freshly made
cookie for you."

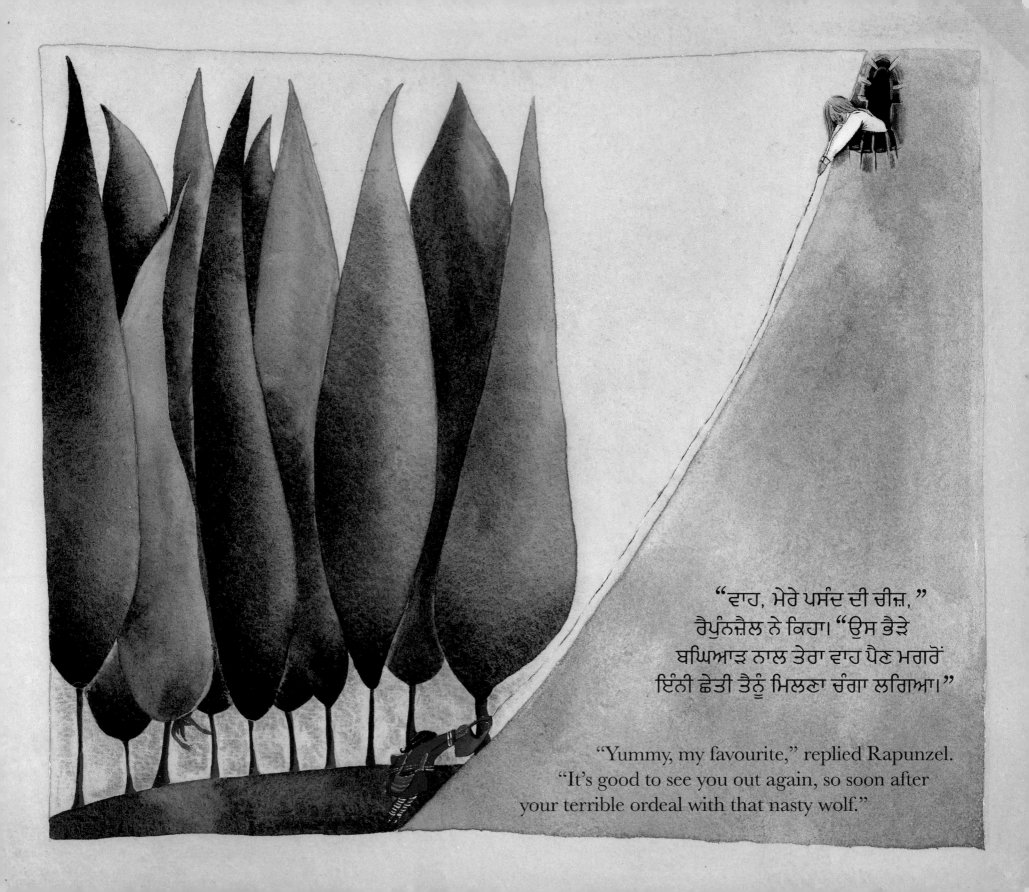

"ਵਾਹ, ਮੇਰੇ ਪਸੰਦ ਦੀ ਚੀਜ਼," ਰੈਪੁੰਨਜ਼ੈਲ ਨੇ ਕਿਹਾ। "ਉਸ ਭੈੜੇ ਬਘਿਆੜ ਨਾਲ ਤੇਰਾ ਵਾਹ ਪੈਣ ਮਗਰੋਂ ਇੰਨੀ ਛੇਤੀ ਤੈਨੂੰ ਮਿਲਣਾ ਚੰਗਾ ਲਗਿਆ।"

"Yummy, my favourite," replied Rapunzel.
"It's good to see you out again, so soon after
your terrible ordeal with that nasty wolf."

ਰੈੱਡ ਰਾਈਡਿੰਗ ਹੁੱਡ ਤਾਜ਼ੇ ਬਣੇ ਬਿਸਕੁਟ ਆਪਣੇ
ਡੈਡ ਨੂੰ ਦੇਣ ਲਈ ਫਿਰ ਚੱਲ ਪਈ।
ਉਹਨੇ ਟੋਕਰੀ ਵਿਚ ਨਜ਼ਰ ਮਾਰੀ।
10 ਤੋਂ 9 ਰਹਿ ਗਏ ਸਨ!

Red Riding Hood set off again to deliver the
freshly made cookies to her Dad.
She looked into her basket.
10 had become 9!

ਕੁਝ ਦੇਰ ਮਗਰੋਂ ਉਹ ਮਿਸਟਰ ਅਤੇ ਮਿਸਿਜ਼ ਰਿੱਛ ਦੇ ਘਰ ਕੋਲ ਪੁੱਜੀ। ਉਹ ਆਪਣੀ ਗਾਰਡਨ ਵਿਚ ਮੇਜ਼ ਦੁਆਲੇ ਰਿੱਛ ਬੱਚੇ ਦੇ ਨਾਲ ਬੈਠੇ ਸਨ, ਜੋ ਤਿੰਨ ਖ਼ਾਲੀ ਕਟੋਰਿਆਂ ਵਿਚ ਨੂੰ ਝਾਕ ਰਿਹਾ ਸੀ। "ਰੈੱਡ ਰਾਈਡਿੰਗ ਹੁੱਡ, ਰੈੱਡ ਰਾਈਡਿੰਗ ਹੁੱਡ, ਕੀ ਤੇਰੇ ਕੋਲ ਕੋਈ ਖਾਣ ਵਾਲੀ ਚੀਜ਼ ਹੈ? ਸਾਨੂੰ ਅੱਤ ਦੀ ਭੁੱਖ ਲੱਗੀ ਹੋਈ ਹੈ। ਕੋਈ ਸਾਡਾ ਸਾਰਾ ਦਲੀਆ ਖਾ ਗਿਆ ਹੈ!"

After a while she arrived at Mr and Mrs Bear's house. They were sitting around their garden table with Baby Bear staring into three very empty bowls. "Red Riding Hood, Red Riding Hood, have you any food? We're starving. Someone's eaten all our porridge!"

ਰੈੱਡ ਰਾਈਡਿੰਗ ਹੁੱਡ ਬੜੀ ਰਹਿਮਦਿਲ ਬੱਚੀ
ਸੀ। ਉਹਨੇ ਉਹਨਾਂ ਦੇ ਹਰ ਕਟੋਰੇ ਵਿਚ ਇਕ
ਇਕ ਤਾਜ਼ਾ ਬਣਿਆ ਬਿਸਕੁਟ ਪਾ ਦਿੱਤਾ।

Now Red Riding Hood was a kind little girl and she popped one freshly
made cookie into each of their bowls.

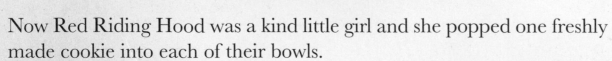

"ਓਹਹਹਹ ਸ਼ੁਕਰੀਆ, " ਰਿੱਛਾਂ ਨੇ ਕਿਹਾ, "ਉਸ ਭੈੜੇ ਬਘਿਆੜ ਨਾਲ ਤੇਰਾ ਵਾਹ ਪੈਣ ਮਗਰੋਂ ਇੰਨੀ ਛੇਤੀ ਤੈਨੂੰ ਮਿਲਣਾ ਚੰਗਾ ਲਗਿਆ।"

"Ooooh, thank you," said the bears. "It's good to see you out again, so soon after your terrible ordeal with that nasty wolf."

ਰੈੱਡ ਰਾਈਡਿੰਗ ਹੁੱਡ ਚਲਦੀ ਗਈ। ਉਹਨੇ ਟੋਕਰੀ ਵਿਚ ਦੇਖਿਆ।
9 ਤੋਂ 6 ਰਹਿ ਗਏ ਸਨ!
ਉਹ ਜ਼ਿਆਦਾ ਦੂਰ ਨਹੀਂ ਗਈ ਸੀ ਜਦ ਉਹ ਦਾਦੀ ਦੇ ਘਰ ਜਾ ਪਹੁੰਚੀ।
"ਉਸ ਭੈੜੇ ਬਘਿਆੜ ਨਾਲ ਵਾਹ ਪੈਣ ਮਗਰੋਂ ਮੈਨੂੰ ਜਾ ਕੇ ਜ਼ਰੂਰ ਦੇਖਣਾ ਚਾਹੀਦਾ ਹੈ ਕਿ ਦਾਦੀ ਦਾ ਕੀ
ਹਾਲ ਹੈ, " ਰੈੱਡ ਰਾਈਡਿੰਗ ਹੁੱਡ ਨੇ ਸੋਚਿਆ।

Red Riding Hood marched on.
She looked into her basket. 9 had become 6!
She hadn't gone far when she reached Grandma's house.
"I must see how Grandma is after her terrible ordeal with
that nasty wolf," thought Red Riding Hood.

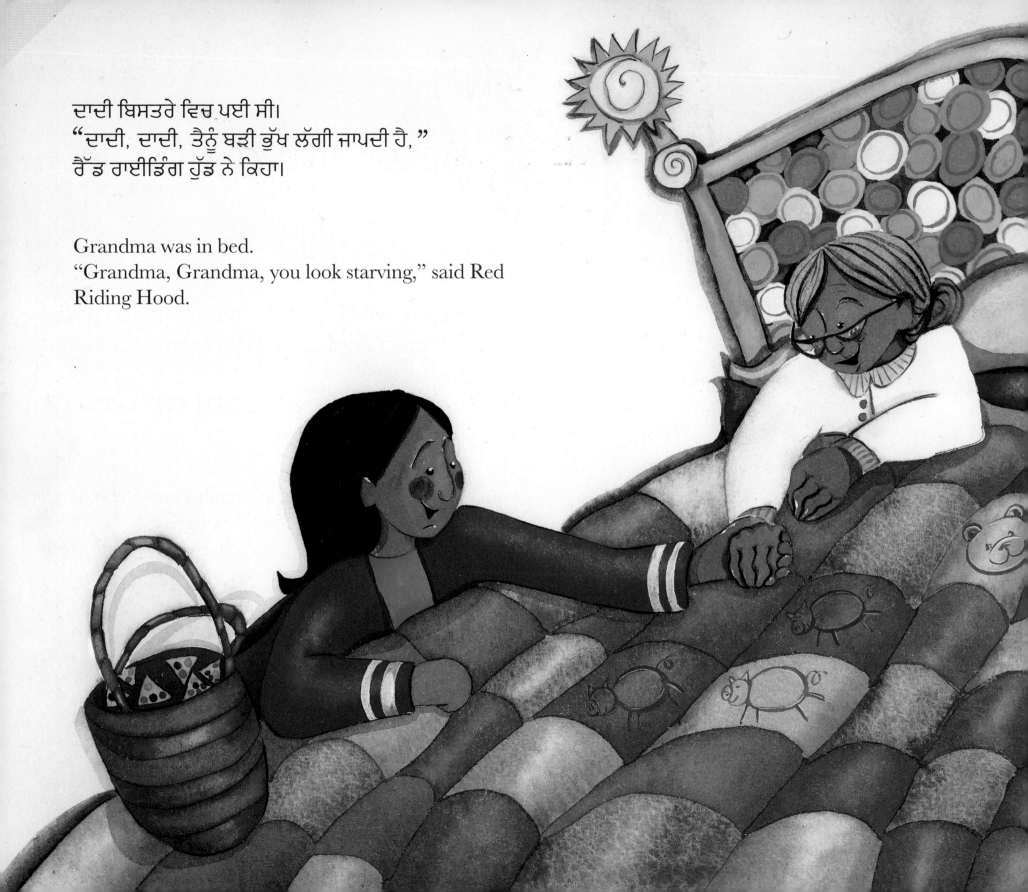

ਦਾਦੀ ਬਿਸਤਰੇ ਵਿਚ ਪਈ ਸੀ।
"ਦਾਦੀ, ਦਾਦੀ, ਤੈਨੂੰ ਬੜੀ ਭੁੱਖ ਲੱਗੀ ਜਾਪਦੀ ਹੈ,"
ਰੈੱਡ ਰਾਈਡਿੰਗ ਹੁੱਡ ਨੇ ਕਿਹਾ।

Grandma was in bed.
"Grandma, Grandma, you look starving," said Red
Riding Hood.

"ਤੈਨੂੰ ਘਰ ਦੇ ਬਣਾਏ ਮਾਂ ਦੇ ਬਿਸਕੁਟਾਂ ਵਿੱਚੋਂ ਇਕ ਜ਼ਰੂਰ ਖਾ ਲੈਣਾ ਚਾਹੀਦਾ ਹੈ। ਮੈਂ ਡੈਡ ਲਈ ਕੁਝ ਲਿਜਾ ਰਹੀ ਹਾਂ। ਜੇ ਨੂੰ ਇਕ ਖਾ ਲਏਂ ਤਾਂ ਡੈਡ ਨੂੰ ਬੁਰਾ ਨਹੀਂ ਲੱਗੇਗਾ।"
"ਸ਼ੁਕਰੀਆਂ ਬੱਚੀ," ਦਾਦੀ ਨੇ ਕਿਹਾ, "ਤੂੰ ਸਿਆਣੀ ਕੁੜੀ ਐਂ। ਹੁਣ ਭੱਜ ਕੇ ਜਾ, ਅਤੇ ਆਪਣੇ ਪਿਤਾ ਨੂੰ ਉਡੀਕ ਨਾ ਕਰਵਾ।"

"You must have one of Mum's home made cookies. I'm taking some to Dad, and he won't mind you having one."
"Thank you dear," said Grandma. "You are a thoughtful girl. Now run along and don't keep your father waiting."

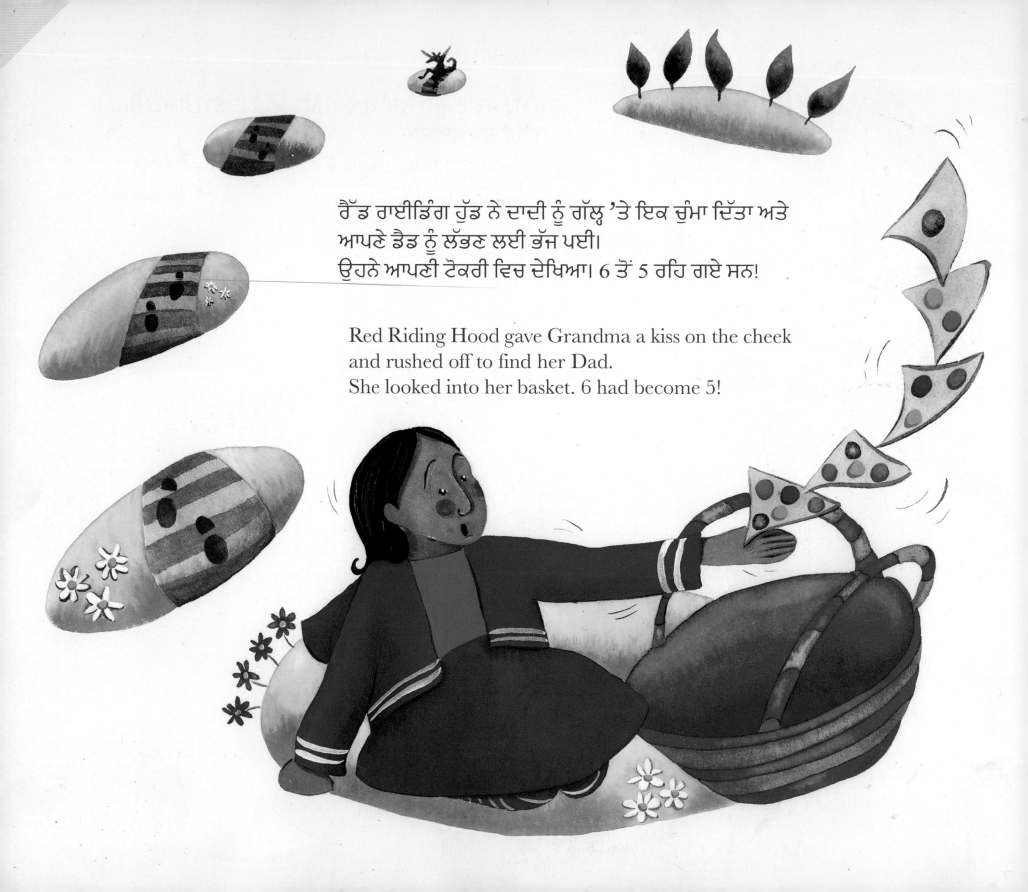

ਰੈੱਡ ਰਾਈਡਿੰਗ ਹੁੱਡ ਨੇ ਦਾਦੀ ਨੂੰ ਗੱਲ੍ਹ 'ਤੇ ਇਕ ਚੁੰਮਾ ਦਿੱਤਾ ਅਤੇ
ਆਪਣੇ ਡੈਡ ਨੂੰ ਲੱਭਣ ਲਈ ਭੱਜ ਪਈ।
ਉਹਨੇ ਆਪਣੀ ਟੋਕਰੀ ਵਿਚ ਦੇਖਿਆ। 6 ਤੋਂ 5 ਰਹਿ ਗਏ ਸਨ!

Red Riding Hood gave Grandma a kiss on the cheek
and rushed off to find her Dad.
She looked into her basket. 6 had become 5!

ਕੁਝ ਦੇਰ ਮਗਰੋਂ ਉਹ ਨਦੀ ਕੋਲ ਪਹੁੰਚੀ। ਉੱਥੇ ਤਿੰਨ ਮਰੀਅਲ ਜਿਹੇ ਬੱਕਰੇ ਲੰਮੇ ਪਏ ਸਨ।
"ਰੈੱਡ ਰਾਈਡਿੰਗ ਹੁੱਡ, ਰੈੱਡ ਰਾਈਡਿੰਗ ਹੁੱਡ, ਕੀ ਤੇਰੇ ਕੋਲ ਕੋਈ ਖਾਣ ਵਾਲੀ ਚੀਜ਼ ਹੈ? ਸਾਨੂੰ ਅੱਤ ਦੀ ਭੁੱਖ ਲੱਗੀ ਹੋਈ ਹੈ।"

After a while she reached the river. Three very scrawny billy goats were lying on a patch of rather brown grass.
"Red Riding Hood, Red Riding Hood, have you any food? We're starving."

"ਅਸੀਂ ਵਧੀਆ ਹਰਾ ਹਰਾ ਘਾਹ ਖਾਣ ਲਈ ਪੁਲ ਪਾਰ ਨਹੀਂ ਕਰ ਸਕਦੇ, " ਉਹਨਾਂ ਨੇ ਕਿਹਾ। "ਉੱਥੇ ਇਕ ਕਮੀਨਾ ਅਤੇ ਭੁੱਖਾ ਭੂਤਨਾ ਸਾਨੂੰ ਖਾਣ ਦੀ ਉਡੀਕ 'ਚ ਬੈਠਾ ਹੈ।"

"We can't cross the bridge to eat the lush green grass,"
they said. "There's a mean and hungry
troll waiting to eat us."

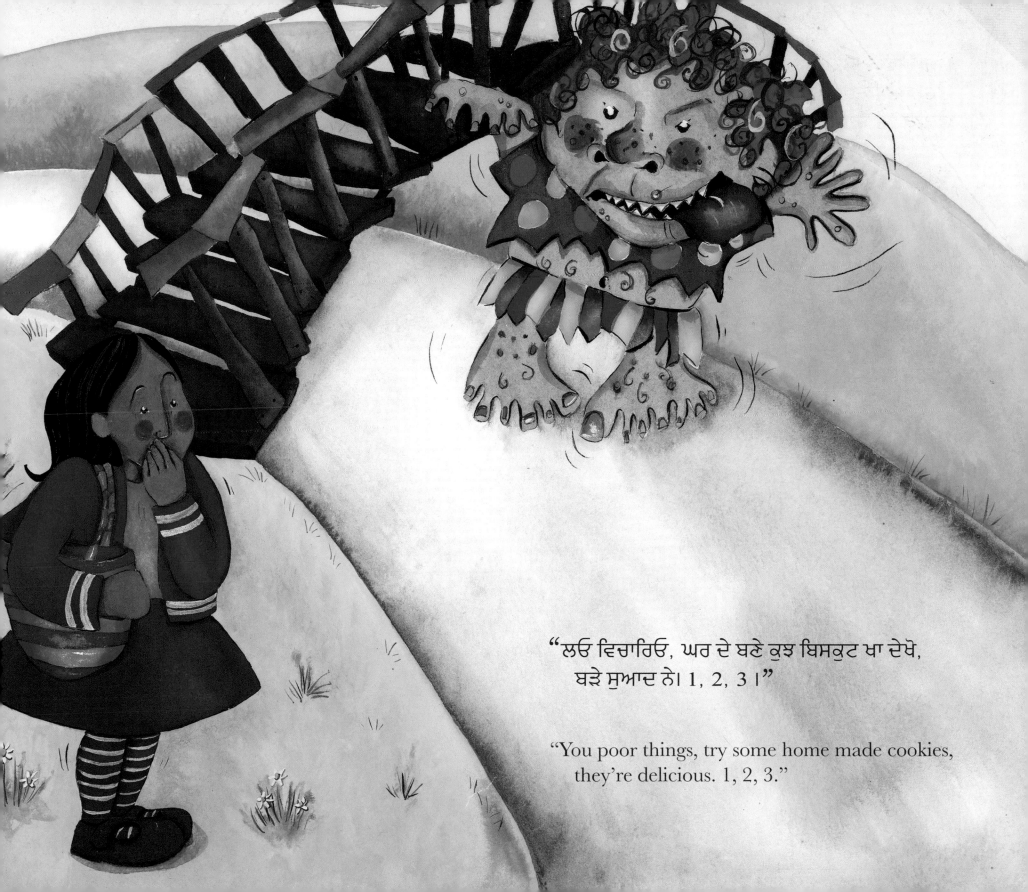

"ਲਓ ਵਿਚਾਰਿਓ, ਘਰ ਦੇ ਬਣੇ ਕੁਝ ਬਿਸਕੁਟ ਖਾ ਦੇਖੋ,
ਬੜੇ ਸੁਆਦ ਨੇ। 1, 2, 3।"

"You poor things, try some home made cookies,
they're delicious. 1, 2, 3."

"ਤੂੰ ਬੜੀ ਰਹਿਮਦਿਲ ਏਂ," ਬੱਕਰਿਆਂ ਨੇ ਕਿਹਾ, "ਉਸ ਭਿਆਨਕ ਬਘਿਆੜ ਨਾਲ ਤੇਰਾ ਵਾਹ ਪੈਣ ਤੋਂ ਇੰਨੀ ਛੇਤੀ ਮਗਰੋਂ ਤੈਨੂੰ ਮਿਲ ਕੇ ਬੜੀ ਖ਼ੁਸ਼ੀ ਹੋਈ।"

"You're very kind," said the billy goats. "Nice to see you out again, so soon after your terrible ordeal with that nasty wolf."

ਰੈੱਡ ਰਾਈਡਿੰਗ ਹੁੱਡ ਭੁੱਜ ਕੇ ਅੱਗੇ ਗਈ। ਉਹਨੇ ਆਪਣੀ ਟੋਕਰੀ ਵਿਚ ਦੇਖਿਆ।
5 ਤੋਂ 2 ਰਹਿ ਗਏ ਸਨ!
"ਪਰ ਘੱਟੋ ਘੱਟ ਕੋਈ ਭੈੜੇ ਬਘਿਆੜ ਤਾਂ ਆਲੇ ਦੁਆਲੇ ਨਹੀਂ," ਰੈੱਡ ਰਾਈਡਿੰਗ ਹੁੱਡ ਨੇ ਸੋਚਿਆ।
ਉਸੇ ਵੇਲੇ…

Red Riding Hood ran on. She looked into her basket. 5 had become 2!
"Well at least there aren't any nasty wolves around here," thought Red Riding Hood.
Just then…

…ਇਕ ਬਘਿਆੜ ਛਾਲ ਮਾਰਕੇ ਉਹਦੇ ਸਾਹਮਣੇ ਆ ਗਿਆ।
"ਹਾਂ, ਹਾਂ, ਹਾਂ!" ਬਘਿਆੜ ਨੇ ਕਿਹਾ। "ਮੇਰੇ ਭਰਾ ਨਾਲ ਭਿਆਨਕ ਸਾਹਮਣਾ ਹੋਣ ਮਗਰੋਂ ਜੇ ਇਹ ਰੈੱਡ ਰਾਈਡਿੰਗ ਹੁੱਡ ਦੁਬਾਰਾ ਤਾਂ ਨਹੀਂ। ਤੈਨੂੰ ਦੇਖ ਕੇ ਮੈਨੂੰ ਕੁਝ ਭੁੱਖ ਲੱਗ ਗਈ ਹੈ।"
"ਤੂੰ ਮੇਰੇ ਬਿਸਕੁਟਾਂ 'ਚੋਂ ਕੋਈ ਵੀ ਨਹੀਂ ਖਾ ਸਕਦਾ," ਰੈੱਡ ਰਾਈਡਿੰਗ ਹੁੱਡ ਨੇ ਚੀਕ ਕੇ ਕਿਹਾ।

…a wolf jumped out in front of her.
"Well, well, well!" said the wolf. "If it isn't Red Riding Hood out again, so soon after your terrible ordeal with my brother. Seeing you makes me feel rather peckish."
"You can't have any of my cookies," squeaked Red Riding Hood.

"ਮੈਂ ਬਿਸਕੁਟਾਂ ਬਾਰੇ ਨਹੀਂ ਸੋਚ ਰਿਹਾ ਸਾਂ।" ਬਘਿਆੜ ਉਹਦੇ ਵਾਲ ਛਾਲ ਮਾਰਦਿਆਂ ਹੋਇਆ ਗੁਰਰਾਇਆ।

"I wasn't thinking about cookies,"
growled the wolf as he leapt towards her.

ਚੀਕ ਸੁਣ ਕੇ ਉਹਦਾ ਪਿਤਾ ਕੁਹਾੜਾ ਫੜੀ ਭੱਜਿਆ
ਆਇਆ।

Hearing a scream, her Dad appeared
wielding his axe.

"ਭੱਜ, ਰੈੱਡ ਰਾਈਡਿੰਗ ਹੁੱਡ! ਭੱਜ!" ਉਹ ਬਘਿਆੜ ਨੂੰ ਦੂਰ
ਭਜਾਉਂਦਿਆਂ ਹੋਇਆ ਜ਼ੋਰ ਨਾਲ ਬੋਲਿਆ।
"ਦੁਬਾਰਾ ਨਹੀਂ, ਰੈੱਡ ਰਾਈਡਿੰਗ ਹੁੱਡ," ਪਿਤਾ ਨੇ ਸੋਚਿਆ।

"Run, Red Riding Hood! Run!" he bellowed as he chased the wolf away.
"Not again, Red Riding Hood," thought Dad.

ਆਪਣੇ ਇਸ ਭਿਆਨਕ ਤਜਰਬੇ ਤੋਂ ਬਾਅਦ ਦੋਹਾਂ ਨੂੰ ਭੁੱਖ ਲੱਗੀ ਹੋਈ ਸੀ।
ਰੈੱਡ ਰਾਈਡਿੰਗ ਹੁੱਡ ਨੇ ਆਪਣੀ ਟੋਕਰੀ ਵਿਚ ਹੱਥ ਪਾਇਆ।
"ਇਕ ਤੁਹਾਡੇ ਲਈ ਤੇ ਇਕ ਮੇਰੇ ਲਈ, " ਰੈੱਡ ਰਾਈਡਿੰਗ ਹੁੱਡ ਨੇ ਕਿਹਾ।

They were both hungry after their terrible ordeal.
She reached into her basket.
"One for you and one for me," said Red Riding Hood.

ਅਤੇ ਫਿਰ ਕੋਈ ਵੀ ਬਿਸਕੁਟ ਨਾ ਰਿਹਾ।

And then there were none.

British Library Cataloguing-in-Publication Data:
a catalogue record for this book is available
from the British Library.

First published 2003 by Mantra
5 Alexandra Grove, London N12 8NU, UK
www.mantralingua.com